அந்த அறையில் யாருமில்லை

தேவிகா கோபாலகிருஷ்ணன்

Made with ♥ on the Notion Press Platform
www.notionpress.com

அந்தஅறையில்யாருமில்லை

[Inspired By True Events]

தேவிகா கோபாலகிருஷ்ணன்

Antha Araiyil yaarumillai © 2021 by Devika Gopalakrishnan

Devika Gopalakrishnan

Visit my website at

Facebook | Instagram | linkedin

பொருளடக்கம்

அணிந்துரை

ஆசிரியர்உரை

இந்தகதை, உண்மைசம்பவங்களின்அடிப்படையில் (Nude Art Living Bodies)எழுதப்பட்டகற்பனை. பெண்-களின்வாழ்க்கைஎன்பதுஒருகுறிப்பிட்டபாகத்தைமட்டும்அடிப்-படையாகக்கொண்டதுஅல்ல.. அதுஉணர்ச்சிகளின்குவியம்.. எல்லாப்பெண்களும்மகிழ்ச்சியானவாழ்க்கைவாழ்கிறார்-கள்என்றுசொல்வதுபோலித்தனமானஒன்று.

பெண்களுக்கென்று தனிஉலகம்கிடையாது.. குடும்-பமேஅவர்களின்உலகம்.

முன்னுரை

***

அவளைப்பற்றிதெருவில்அரசல்புரசலாகபேசு-
வதுஅவள்காதுகளில்விழத்தான்செய்தது.   அவள்அரு-
கில்செல்லும்போதுஅவர்கள்ஒதுங்கிப்போவதும்.
இந்தபொழைப்புக்குநாண்டுகிட்டுசாவலாம்என்றுசாடைமா-
டையாய்பேசுவதும்,

அவபுருசன்இருந்திருந்தாஇப்படியெல்லாம்விட்டுடு-
வானா?   என ஆதங்கமாய்,   சிலநேரங்களில்அக்கறை-
யாய்பேசுவதும்தொடர்கதையாய்இருந்தது.

சிலஆண்கள்அவளிடம்நெருங்கிவந்துதகாதவார்த்தை-
கள்பேசுவதும்,   அவளைப்படியாவதுதங்கள்வலையில்போட்-
டுவிடமுயற்சிப்பதுமாய், ச்சீச்சீ..

ஒருபெண்ணைசாய்ப்பதிலும்,   மாய்ப்பதிலும்இந்தகேடு-
கெட்டசமுதாயம்என்னென்னவோசெய்துத்தான்பார்க்கிறது.

ஆனாலும்பிள்ளைகள்பசிஎன்றுஅக்கம்பக்கத்-
தில்உதவிகேட்டபோதுஅவர்கள்யாரும்எதுவும்செய்துவிடவில்-
லையே.   அதைநினைக்கும்போதுயார்என்னசொன்-
னால்என்ன?   எப்படிப்பார்த்தால்என்ன?
எனஅவளால்நிமிர்ந்துநடக்கமுடிந்தது.

வீட்டுக்குள்வரும்போதுதினமும்தலையைமுழுகி-
விட்டுவருவதைப்பார்த்தஅவள்பத்துவயதுமகள்.   அம்மா,
ஏன்நீவேலைக்குபோய்ட்டுவரும்போதுதினமும்தலைக்கிகுளிச்-
சிட்டுவெர்ற?   எனகேட்கும்போது..அப்பத்தான் அம்மாவாலநிம்-
மதியாத்தூங்கமுடியும்எனசிலநேரங்களில்சொன்னா-
லும்பலசமயங்களில்அவளால்பதில்எதுவும்சொல்லமுடியா-
மல்தடுமாறித்தான்போகிறாள்..

காலையில்வேலைக்குபோனஅவள்கணவனைஆஸ்பத்-
திரிமார்ச்சுவரியில்பிணமாகபார்ப்-
பாள்எனஅவள்அன்றுநினைத்திருப்பாளா?

• ix • "

அழுதுகொண்டுஅவள்ஆஸ்பத்திரிக்குஓடுகிறாள்.. அவளுக்குயாருமேஅங்குபார்த்தமுகங்களாகஇல்லை.. ஆறுதல்யார்சொல்லுவார்கள்..கையில்ஒருகுழந்தை ..இடுப்பில்ஒருகுழந்தை..

ஐயாஎன்புருசனுக்குஎன்னாச்சு? கதறிக்கொண்டேகேட்கிறாள்..

ஆக்சிடெண்ட்மா. .. வரும்போதேஉசுருபோய்டுச்சு.. சாரிம்மா..எங்களாலஒண்ணும்பண்ணமுடியலை.. இந்தரெண்டுகுழந்தைகளவெச்சுகிட்டுநீபாவம்என்னபண்ணுவியோ!!

அப்படிபோய்உட்காரு.. கொஞ்சநேரத்துலஎடுத்துட்டுபோயிடலாம்..என்றுடாக்டர்சொல்ல..

அவளுக்குஎதுவும்புரியவில்லை.. அவளுக்குஇருந்தஒரேசொந்தம்.. இப்போபிணமாகக்கிடக்குறான்.. கையிலரெண்டுபுள்ளைங்க..

நீ.. துளசிதானா? குரல்பின்னாளிருந்துவர, திரும்பினாள்.

அங்குஎங்கேயோபார்த்தஞாபகத்தோடுஒருமுகம்.. நீங்கயாரு? என்றாள்குழப்பத்தோடு..

நான்பாலு.. தெரியலையா.. உங்கவீட்டுக்குபக்கத்துவீடு..எங்கப்பாகூடகுடிச்சிட்டுவந்துகலாட்டாபண்ணுவாரே?

நாங்கெல்லாம்கதறிகிட்டுஉங்கவீட்டுக்குள்ளேஓடிவந்துஒளியுவோம்.

உங்கஅப்பாஎங்கஅப்பாகிட்டேஎங்களுக்காகசண்டைபோடுவாரு..

பலநாள்எங்களுக்குசாப்பாடேஉங்கஅம்மாகையாலதான்.. அவன்சொல்லிக்கொண்டேபோனான்..

அவளுக்குஅவன்யாரெனநினைவூட்ட..

அவளுக்குஎதுவும்நினைவுக்குவரவில்லை.. எதுவும்பேசாமல்திரும்பிக்கொண்டாள்..சிறிதுநேரம்கழித்துஒளவெனஒப்பாரிவைக்கத்தொடங்கினாள்..

அவன்மீண்டும்வந்தான்.. கைகளில்பால்இருந்தது.. இந்தாதுளசிஇதைபுள்ளைங்களுக்குகுடு.. என்றான்.. அப்போதும்அவனைவெறித்துபார்த்தாள்..

நான்டாக்டர்கிட்டேபேசிட்டேன்.. நீமனசைதேத்திக்கோ.. நான்உனக்குவேண்டியஉதவிசெய்றேன்..

அதன்பின்சிலநாட்கள்,,ஏன்பலநாட்கள்அவள்பசி, தூக்கம்இல்லாமல்பரதேசிபோலகிடந்தாள் அவள்..அவ்வப்போதுபாலுவருவான்., அவளுக்கும்பிள்ளைகளுக்கும்தேவையானபொருட்களைவாங்கிகொடுப்பான்.. பக்கத்துவீட்டுப்பாட்டி அந்தகுழந்தைகளைப்பார்த்துக்கொண்டாள்.

ஒருநாள்அவன்துளசியிடம், நீஇப்படியேஇருந்தாலல்லாம்சரிஆயிடுமா?

உனக்கும்உன்புள்ளைகளுக்கும்ஒருவருமானம்வேணும்தானே? நானும்குடும்பஸ்தேன்.. என்னாலஎப்வும்உனக்குகாசுபணம்கொடுக்கமுடியாது..என்றான்.

நீகிளம்புபாலு.. நான்பார்த்துக்குறேன்.. அவ்வளவுதான்பேசினாள்..

இல்லை.. நான்ஏன்சொல்றேன்னா.. உனக்குஅழகுஇருக்கு, வயசும்இளமையும்இருக்கு..அதுனால ..

நிறுத்து.. இப்போஎன்னசொல்லப்போற?

என்னைதேவிடியாத்தொழில்பண்ணிபொழைக்கசொல்றியா?

யேய்..ச்சீ .. அதெல்லாம்இல்லை..

என்னாலஅப்படிஎப்படிசொல்லமுடியும்துளசி.நான்உன்னைகாதலிச்சிஇருக்கேன். நீன்னாஎனக்குஉயிரு! யாராவதுதனக்குரொம்பபுடிச்சஒருத்தரைகேவலப்படுத்தநினைப்பாங்களா?

ஆனாஅதைஉங்கிட்டேசொல்ல அப்போஎனக்குதெரியமேவரலை..

கொஞ்சநாள்பொறுத்திருந்தா,நான்உன்னைகல்யாணம்கட்டிஇருப்பேன்.. உன்னைஎப்படிஎல்லாமோவச்சிதாங்கிஇருப்பேன். அதுக்குள்ளஎல்-

லாம்முடிஞ்சிபோச்சு..

இப்போஎன்னசொல்லவர்றநீ?

நான்ஆர்ட்காலேஜ்லவாட்ச்மேனாஇருக்கேன்..

அங்கேஓவியம்வரையமாடலுக்குபொண்ணுகதேவைப்படு-
வாங்க. நீசம்மதிச்சாஉனக்கும்காசுகிடைக்கும்.. அதான்..

ஒண்ணும்அவசரம்இல்லை..
நல்லாயோசிச்சுமுடிவுபண்ணு.. நாளைக்கிவர்றேன்எனகிளம்-
பினான்..

***

பிறகுஒருநாள்அவளை அழைத்துக்கொண்டுகாலே-
ஜுக்குவந்துவிட்டான்..

மேடம் ..நான்சொன்னேன்இல்லே..அதுஇவங்க-
தான்..பேருதுளசி.

எல்லாரூல்சும்சொல்லிட்டியாபாலு?

மேம்.. இல்லை ..என்னாலஎப்படி ? நீங்கசொல்லுங்க-
ளேன்..

சரி .. உள்ளேவரச்சொல்லு..என்றார்அந்தமேடம்.

வாம்மா.. உன்பேருதுளசிதானே..

ஆமாங்க ..

இந்தபாருங்கதுளசி .. இதுஓவியக்கல்லூரி ..
இங்கேஸ்டுடன்ஸ்உங்களப்பார்த்துபடம்வரைவாங்க.
அந்தவேலைக்குத்தான்உங்களைவரச்சொல்லிஇருக்கேன்.

பரவாலைங்க.. வரையட்டும்..

நீஎன்னம்மாபடிச்சிருக்கே?

சொல்லிக்குறமாறிபடிச்சி-
ருந்தாநான்வேறவேலைக்குபோயிருப்பேனே?

இன்னும்ஒருமுக்கியமானவிசயம்.. பிடிக்-
காட்டிநீங்கவேணாம்னுசொல்லிட்டுபோயிடலாம்.. இங்கேஉங்-
களையாரும்கட்டாயப்படுத்தலை?

எனக்குபுரியலைங்க.. கொஞ்சம்விவரமாஎன்-
னுசொல்லுங்கம்மா...

அந்தமேடம்பேசிக்கொண்டிருக்கும்போதேஆண்களும்,
பெண்களுமாய்மாணவர்கள்வரத்தொடங்கிஇருந்தார்கள்..

ரும்குள்ளேகொஞ்சம்பொண்ணுகளும், பையன்க-
ளும்இருப்பாங்க.. அவங்கதான்உங்களைபார்த்துவரை-
யப்போறாங்க..

நீங்கஉங்கடிரஸ்ஸைகழட்டிட்டுநிர்வாணமாபோஸ்கொடுக்-
கணும் .. அதுக்குசம்மதமா? ..

காதைப்பொத்திக்கொண்டுதுளசிஅங்கி-
ருந்துஅவள்ஓடத்தொடங்கியிருந்தாள்.

***

கோயில்லகர்பகிரகத்துலமகமாயிசிலைஎத்தனைதுணிஇல்-
லாமநிக்கிது.. அதைஎல்லாரும்கையெடுத்துகும்புட்-
டுட்டுதானேபோறாங்க.. இதுக்காகவேஎத்-
தனைகோயில்களூருஉலகத்துலஇருக்குதெரியுமா? அதை-
யெல்லாம்அசிங்கம்னுஒதுக்கிஇருந்தா..

கலை, அழகுஅப்படிதான்னேசொல்றாங்க..படிச்சவங்க..

நீஉன்குடும்பத்தைகாப்பாத்தவேண்டி, வயித்துபுழைப்புக்-
காகஇதைசெய்றதுலஒண்ணும்தப்புஇல்லை.. பக்-
கத்துவீட்டுபாட்டிசொல்ல..

துளசிஅவமடியிலபடுத்துஅழுதுகொண்டிருந்தாள்.

உன்பேருதுளசி.. துளசியைஎல்லாரும்தெய்வமாத்-
தான்பார்ப்பாங்க.. நீஒண்ணும்நினைக்காமபோய்அந்தவேலை-
யைப்பாரு..

அதைஒருவேலையாநினைச்சிபாரு.. உனக்குஅசிங்-
கமாதெரியாது..

ஊருஉலகம்என்னசொல்லும்பாட்டி?
நாளைக்குபின்னஅந்தபோட்டோவளங்கயா-
வதுபார்த்தாஎன்னதேவிடியான்னுநினைக்கமாட்டாங்-
களா?நான்எப்படிஅக்கம்பக்கத்துமனுசங்கமுகத்துலமுழிப்-
பேன்சொல்லு.. அதோடநான்எவ்வளோகூச்சப்படு-
வேன்னுஉனக்குதெரியாதா?

அங்கேஎன்னைதுணிஇல்லாமவரை-
யப்போறதுஒண்ணுரெண்டுபேருஇல்லையே.. ஆணுபொண்-
ணுன்னுநிறையபுள்ளைக..சின்னசின்னபுள்ளைக..என்-
னாலஎப்படிஅதுகமுன்னாடிகொஞ்சம்கூடவெட்கம்இல்-

லாமநிக்கமுடியும்சொல்லு..

போ.. நானும்எம்புள்ளைகளும்பட்டினிகிடந்துசெத்தா-லும்பரவாஇல்லை. என்னாலஇப்-படிஒருவேலையைசெய்யமனசுஒப்புக்காது.

சூழ்நிலைதானேஅனைத்தையும்உருவாக்குகிறது.. புள்-ளைக்குஉடம்புஅனலாய்கொதித்தது. பக்-கத்துவீட்டுபொட்டிதன்காதில்போட்டுஇருந்தகம்மலைகழட்-டிக்கொடுத்தாள்.. போஇதைஅடகுவெய்யி.. இல்லவித்-துக்கோ.. புள்ளைக்கிவைத்தியம்பார்க்கணும்முதல்ல.. கொக்கு, கொக்குன்னுராத்திரிபூராஇருமுறதுஅடுத்தவீட்-டுலஇருக்குறளனக்கேதாங்கமுடியலை.. குழந்தைஎன்னசெய்-யும்..

வேறுவழிஇல்லை..

இல்லைகிழவி.. வேண்டாம்அதைநீயேவெச்சுக்கோ.. என்றவள்தானாகபோய்நின்றுவிட்டாள்காலேஜில்..

எவ்வளோகாசுதருவிங்க.இதுதான்அவள்முதல்கேள்வி-யாகஇருந்தது..

ஒருநாளைக்குஇரண்டாயிரத்துஜந்நூறுரூபாய்..

அவளால்நம்பமுடியவில்லை..

நான்இந்தவேலைக்குவர்றேன்.

ஆனாநான்கண்ணைமுடிக்கிட்டுதான்இருப்பேன்.. என்றாள்.

இப்போஎனக்குஅட்வான்ஸ்கொஞ்சம்கொடுங்க. நான்வீட்டுக்குபோய்ட்டுவந்துடுறேன்..எனஆயி-ரம்ரூபாய்வாங்கிக்கொண்டுகிளம்பினாள்..

வரும்வழியில்எல்லாம்மவுண்ட்ரோட்டில்அவள்போட்-டோக்கள்நிர்வாணமாகஇருப்பதுபோலவேஅவளுக்குதெரிந்-தது.

***

அந்தஊருக்குள்இப்போதுவந்துவிட்டாள்.

அவளதுமுதல்நாள்வேலை..

அந்தமாணவர்கள்எல்லாரும்அவளைப்பார்த்துவணக்-கம்செய்தார்கள். அவளால்நம்பமுடியவில்லை.. என்னைகேவலமாநினைப்பாங்கன்னுநினைச்சா..

இங்கேவணக்கம்சொல்கிறார்களே..

மேடம் .. அங்கேரும்இருக்கு.. நீங்கஉங்கஉடை-களைஅவுத்துட்டுஇங்கேவாங்கஎனஒருபெண்சொல்ல..

அந்தஒருநொடிநாம்இதைஎப்படிசெய்யப்போறோம்.. நம்மளாலஇதுமுடியுமா? அங்குஇருந்தஅனைவரை-யும்பார்க்கஅவளதுகுழந்தைகள்போலவேதெரிய .. சிலை-யாகநின்றிருந்தாள்துளசி..

மேடம் ..மேடம்.. என்னாச்சு? தண்ணிகுடிக்கிறிங்களா? அந்தபெண்கேட்க.

வேண்டாம் .என்றபடிஅறுமுக்குள்போகிறாள்.. தன்இருகண்களையும்இறுக்க-மாகமூடிக்கொண்டுதன்உடையைஒவ்வொன்றாகஅவிழ்க்-கத்தொடங்குகிறாள்.

தன்புடவையைஅவிழ்க்கும்போது .. அவள்கணவனோடுஇருந்தமுதலிரவுஅறைநினைவுக்குவருகி-றது.. ஏய்.. இங்கேநம்மரெண்டுபேர்தானேஇருக்கோம்.. ஏன்இவ்ளோவெட்கப்படுறே.. புடவையைஅவுத்துவைஎன்கி-றான்.

ஆண்களுக்குஎப்படித்தெரியும்.. முதலிரவுஅறைக்-குள்இருக்கும்பெண்ணின்உணர்வுஎப்படிப்பட்டதென்று.. ஒரேநாளில்காலையில்தாலிக்கட்டிக்கொண்டுமாலை-யில்அவனுக்குஉடலைக்காட்டிக்கொண்டுபடுத்திருப்பதுஅவ்-வளவுஎளிதாகிவிடுமா?

ஆனால்இன்றுஅவிழ்க்கத்தானேவேண்டும்.. வெளியேஎல்லோரும்காத்திருக்கின்றனர்.

அடுத்துஅவள்ரவிக்கையைகழட்டுகிறாள்.. அது அவள்கைகளைவிட்டுகழலமறுப்பதாகஅவளுக்குதோன்-றுகிறது..

அந்தபாழாய்போனகண்ணாடிவேறுஅந்தமார்பகங்-களைவெளிச்சம்போட்டுக்காட்டிக்கொண்டிருக்கிறது..

அவளுக்குஉணர்ச்சிகள்செத்துப்போய்பலமாதங்-கள்ஆகிஇருந்தது.

வயிற்றுப்பிழைப்புக்குவழிதேடும்ஒருத்-
திக்கிடல்உணர்ச்சிஎம்மாத்திரம்?

தன்குழந்தைகள்பால்குடித்தஅந்தமார்பகங்கள்இப்-
போதுவெறுமனேதுணிஇல்லாமல்தெரிந்துகொண்டிருக்க..

அவள்பாவாடைஎன்னசெய்யுமோ..அதுஅவிழுமா?

மனம்கொள்ளாதகணத்தோடுஅதைஅவிழ்க்கிறாள்..
கரியரோமங்களுக்குபின்னேஒளிந்திருந்தஅந்தஅங்-
கத்தைபார்க்கிறாள்..கண்ணாடிஅதைகண்டுபி-
டிக்கமுயன்றுதோற்றுப்போயிருந்தது.   நல்லவேளையாகஇப்-
படிபடைத்தான்அந்தகடவுள்..   அதுவேமயிர்க்காடுபோர்த்-
திக்கொண்டிருப்பதுஅவளுக்குள்பெரியதிருப்தியைகொடுத்தி-
ருந்தது..

அவள்கால்கள்நடுங்கிக்கொண்டிருந்-
தது.ஒருஅடிகூடநகரமுடியாமல்கட்டிப்போட்டிருந்-
ததுஅவள்பயம்..   மீண்டும்கண்ணாடியைப்பார்க்கிறாள்..
அதுபோ,போஎன்கிறது.

ஒருபுறம்அவள்கணவனின்உருவம்அவளைப்பார்த்துசிரிப்-
பதுபோலஉணர்கிறாள்.அன்றுமார்ச்சுவரி-
யில்பார்த்தஅதேகாயப்பட்ட,நசுங்கியமுகம்..ரத்-
தம்வழிந்தமுகம்..

உன்னைநம்பித்தானேவந்தேன்..   இப்படிபாதியி-
லேயேஎன்னைபரிதவிக்கவிட்டுட்டுபோய்-
டியேநீ..எனஅவனைசபிக்கிறாள்..

சிறிதுநேரம்போராட்டம்..   காலுக்கும்முளைக்கு-
மானஉணர்ச்சிப்போராட்டம்தொடர்ந்தபடியேஇருக்கிறது..

அவள்அந்தஅறைகுள்ளேயேஇருக்கிறாள்..

மேடம்,   என்னஆச்சு..   ஆர்யூஆல்ரைட்.
அங்குஅவளைகூட்டிப்போகவந்தஅந்தபெண்கேட்க..

என்னால்நடக்கமுடியலை.. வர்றேன்இதோஎன்றபடி..

சிறுகுழந்தையைப்போலமனசுக்குஏதேதோசமாதா-
னம்செய்யமுயற்சிக்கிறாள்.

இதுஎன்னவிளையாட்டா?   பெண்பிள்ளை-
களைபொத்திபொத்திவளர்க்கும்சமுதாயத்தில்வளர்ந்தஒவ்-

வொருபெண்ணுக்கும்இதுமிகப்பெரியசவாலகத்தானேஇருக்கமுடியும்.

அவள்உடலைஇன்றுஅத்தனைபேர்பார்க்கப்போகிறார்கள். அதைஏற்றுக்கொள்வதுஅவ்வளவுஎளிதா? அதற்குஅதகையமனவலிமைவேண்டும் !

உடற்பசியைதீர்த்துக்கொள்ளஎத்தனையோநாடகங்கள்பெண்களைமையப்படுத்திஅரங்கேறிக்கொண்டிருப்பதுஒருபுறம்..

வயிற்றுப்பசிக்காக, தன்குழந்தைகளின்கல்விக்காகஇதைசெய்தாகவேண்டியஇக்கட்டானநிலையில்இருக்கும்துளசியைப்போன்றபெண்கள்தேவதைகளாகத்தான்பார்க்கப்படவேண்டும்.

ஆனால்நடப்பதுஎன்னவாகஇருக்கும்?

கடைசியாக, அந்தஅறையில்யாருமில்லைஎன்னைத்தவிரஎனபலமுறைதனக்குத்தானேசொல்லியபடிஅவளைத்தேற்றிக்கொண்டுஒவ்வொருஅடியாககால்களைநகர்த்துகிறாள்..

வெளியேவந்துவிட்டாள்ஒருவழியாக.. ஒருசிறுதுணியைஉடலில்சுற்றியபடி..

அங்குஇருக்கும்மாணவர்கள்எல்லோரும்கைகளைதட்டுகிறார்கள்..அந்தசத்தம்அவளுக்குள்ளந்தஉணர்வையும்அதிகப்படுத்தவோகுறைக்கவோஇல்லை..கடைசியாகமேலேபோர்த்திஇருந்தஅந்ததுணியினைஅகற்றுகிறாள்..

அப்படியேஒருமணிநேரம்நில்லுங்க.. அவங்கஉங்களைவரைவாங்க.. கால்வலிச்சாசொல்லுங்கமேம்.. கொஞ்சநேரம்ஓய்வுஎடுத்துக்கலாம்என்றுசொல்லிவிட்டுஅந்தபெண்நகர..

அவள்சிலைபோலவேஇருக்க, அந்தமுதல்ஒருமணிநேரம்முடியஇன்னும்இரண்டுமூன்றுமணித்துளிகள் அவ்வளவே..

மேடம் ..ப்ளீஸ்கொஞ்சம்கண்ணுதிறக்கமுடியுமா? டிராயிங்முடியப்போகுது..பைனல்டச்ச்.. என்றுஒருஇளைஞன்சொல்ல..

அவள்கண்களைதிறந்தாள்..

அங்குஅவளையாரும்குறுகுறுவென்றோ, காமப்பார்-வையோ, தவறானபார்வையோபார்க்கவில்லை.. அவர-வர்அவர்கள்ஓவியத்தில்மும்மரமாகஇருந்துகொண்டுஅவ்வப்-போதுஇவளைபார்த்துவரைந்துகொண்டுஇருக்கின்றனர்.

அவள்அந்தமுதல்நாள்சம்பளத்தைகைகளில்வாங்-கும்போது, இந்தகாசுசரியாசம்பாரிச்சதுதானா? இல்லைபாவம்ஏதும்பண்ணிட்டோமா? எனக்குஇப்-படிஒருவேலையைசெய்யஎப்படிதுணிச்சல்வந்துச்சு.. எனதான்செய்தகாரியத்துக்குநியாயம்கற்-பிக்களதையோசொல்லிமனதிற்குசமாதானம்தேடுகிறாள்..

துளசி, வொர்க்ஓவரா? எனபாலுஅவள்அரு-கில்வந்துநிற்க..

நீஉள்ளேயாஇருந்தே? அவனிடம்கேட்கி-றாள்,அவனைநிமிர்ந்துபார்க்காமல்..

இல்லை..நான்இப்போதான்வர்றேன்.. ஏன்என்னாச்சு? அவன்கேட்கிறான்.

ஒண்ணுமில்லை..நான்கிளம்புறேன்.. ஆனாஒருவிச-யம்உங்கிட்டேகேட்கலாமா?

கேளு..

அதுவந்து, இங்கேபார்த்ததைப்பத்திவெளியேபோய்சொல்-லுவாங்களயாரும்?

யாரும்னா? யாரைகேட்குற? பாலுகேட்க..

என்னையைவரைஞ்சபுள்ளைக..

ம்ஹூம்.. அப்படிஎல்லாம்பேசமாட்டாங்க.. நீமனைசைபோட்டுகுழப்பிக்காதே.. சரியா..

இதுதப்புஇல்லையாபாலு..மறுபடியும்அவள்கேட்க..

இல்லவேஇல்லை.. இதுஒருதொழில். எத்-தனைபடம்பார்த்திருப்பே.. ஹீரோஹீரோயின்எவ்-வளோநெருங்கிநடிக்கிறாங்க.. அதைத்தனைபேர்சினி-மாவாபார்க்குறாங்க.. அதெல்லாம்தப்பா? நீயேசொல்லு.. அதுபோலத்தான்இதுவும்..

கிளம்பு.. நிம்மதியாகிளம்பு..என்றான்.

இதுதான் அவள் வாழ்க்கை என்று ஆகிப்போனது..

***

அன்று அவள் மகளுக்கு பிறந்த நாள்.. பக்கத்-
தில் இருந்த கோயிலுக்கு மகளைக் கூட்டிக்கொண்டு போக,
இவளைப் பார்த்ததும் அங்கு இருந்த பெண்கள் தங்களுக்-
குள் ஏதோ முணுமுணுத்தபடி பேசிக்கொள்கிறார்கள்.

அம்மாயாருக்கெல்லாம் அர்ச்சனை செய்-
யனுமோ கொடுங்கோ.. என கோயில் அர்ச்சகர் கேட்டபடி வர,
முதல்ல அந்த அம்மாவுக்கு அர்ச்சனை முடிச்சு அனுப்புங்க சாமி..
நாங்கள் எல்லாரும் அப்பறமா கொடுக்கு-
றோம் என்று அங்கு இருந்த பெண்களில் சிலர் சொல்ல,

ஏன்.. என்ன ஆச்சு? என்று அவர் கேட்க..

துளசி, இல்ல சாமி நான் அர்ச்சனை பண்ணலை.. கிளம்பு-
றேன்.. என்று அங்கிருந்து அழுதுகொண்டே கிளம்பிவிட்டாள்.

நீ எதுக்கு குடி அழுகுற? இந்த உலகத்துல பொம்ப-
ளைக்கு எதிரி ஆம்பளைங்க இல்லை. பொம்பளைங்க தான்..
எப்படி பேசுறாளுக பாத்தியா.. அவளுகள் எல்லாம் ரொம்ப யோக்-
கியம் மாதிரி.. அந்த அம்பாள் தான் அவள்களுக்கு கூலி கொடுக்க-
ணும்.

பாட்டி நீ இப்போ ஏன் இப்படி கத்துற? பேசாம வரமாட்டியா..
யாருள் என்ன பேசணுமோ பேசிக்கட்டும்.. விடு.. என்ற-
படி அவள் குழந்தையை தரதர வென இழுத்துக்கொண்டு போகை-
யில்..

வழியில் அந்த அக்கிரமம் நடந்துகொண்டிருந்தது..
ஒரு பெண்ணை சுற்றி நான்கைந்து இளைஞர்கள் நின்ற-
படி அவள் துணியை இழுத்து அவளை அரைநிர்வாண-
மாக்கி ஒட விட்டு கொடுமைப்படுத்திக்கொண்டிருப்பதை பார்த்-
தவுடன், குழந்தையை விட்டுவிட்டு அந்த பெண்ணிடம் ஓடுகி-
றாள்.. எதைப்பற்றியும் யோசிக்கவோ, யார் என்ன நினைப்பார்-
கள் என சிந்திக்கவோ இல்லாமல் தன்னுடைய புட-
வையை அவிழ்த்து அந்த பெண்ணின் மீது போர்த்துகிறாள்.

சுற்றிலும் அங்கே பெண்களும் ஆண்களும் வேடிக்-
கைப் பார்த்தபடி இருக்க, யாராவது போலீசுக்கு போன் செய்-

யுங்க.. உதவிபண்ணுங்க.. எனஆக்ரோசமாககத்துகிறாள்.

பத்திரிக்கைகளில்அன்றைக்குதலைப்புச்செய்தியேஅவள்தான்.

தானும்ஒருபெண்எனநினைத்துக்கூடபார்க்காமல்இன்னொருபெண்ணின்மானத்தைகாப்பாற்றதன்னுடையஉடையைஅவிழ்த்துகொடுத்தஅந்தபெண்மிகவும்தைரியமானவள்.பாராட்டுக்குரியவள்எனனஎல்லாத்தரப்புமேகொண்டாடிக்கொண்டிருந்தது,

சிலமனிதர்கள்பாராட்டுக்களைஎதிர்பார்த்துஎதையும்செய்வதில்லை..இந்தசமூகத்தில்ஒருஅங்கத்தினர்புகழையும்பாராட்டையும்வேண்டிபிச்சைஎடுத்துக்கொண்டிருக்கையில்அதைப்பற்றியஆசைசிறிதும்இல்லாமல்இருக்கும்சிலரையும்நாம்பார்க்கத்தான்முடிகிறது.

அவளுக்குஆடைஅவிழ்ப்புபழகியஒன்றாகிஇருந்தது. அதனால்இன்னொருபெண்தனக்குமுன்னால்உடலைமறைக்கநினைத்துதவிக்கும்போதுஅவள்தன்னைப்பற்றிகொஞ்சமும்யோசிக்கவேஇல்லை. ஆனால்எல்லாராலும்எல்லாமும்முடியுமா?

தன்னைதொடர்ந்துபார்த்துபழகியஅந்தஅருகில்வசித்தகூட்டமேதான்ஏதோபாலியல்தொழில்செய்துசம்பாரிப்பதைப்போலநினைப்பதும், ஒதுக்கிவைப்பதும்அவளுக்குஎவ்வளவுமனம்வேதனையைகொடுத்திருக்கும்.

அவள்வேலைமுடித்துவீட்டிற்குவரும்போதுகுழந்தைகளுக்காகவாங்கிவந்தஇனிப்புகளைஅவர்கள்ரசித்துசாப்பிடுவதைப்பார்க்கும்போது.. யார்என்னசொன்னால்என்ன? பெத்தகுழந்தைங்களுக்காகஒருதாய்தன்னைஎன்னவேண்டுமானாலும்செய்துகொள்வாள்..

இப்போதெல்லாம்அவள்காலேஜுக்குவரும்போதுமாணவர்கள்கையெடுத்துகும்பிட்டுவணக்கம்சொல்கிறார்கள்..

பின்னொருநாள்ஓவியக்கண்காட்சியில்அவளதுஓவியம்பரிசுப்பெற்றது.. அழகானஓவியமென..

அந்தகூட்டத்தில்அவள்பெரியபெரியஓவியியர்களின்முன்னால்கௌரவிக்கப்படுகிறாள்..

பத்திரிக்கைகள் அவளைபேட்டியெடுக்கின்றன.

தன்னுடையவாழ்க்கையில்ஏதேதோநடந்துமுடிந்திருக்கி-றது.. இந்தமாடலிங்துறையில்அவள்நுழைந்துஇன்-றோடுஜந்துவருடங்கள்பூர்த்தியாகிவிட்டது.

இதுவும்ஒருவாழ்க்கை.. பெரியநகரங்களில்பலபெண்-கள்இதைசெய்துகொண்டுஇருக்கின்றனர். நிர்வாணம்கலை-யாகபார்க்கப்படும்வரைஇந்ததொழிலுக்குள்ந்தஆபத்-தும்இல்லை..

இன்றும்துளசிபரிசுத்தமாகத்தான்இருக்கிறாள்..

அக்கம்பக்கம்இருப்பவர்களின்மனசுதான்இன்னும்அழுக்-காகவேஇருக்கிறது.

***

நன்றி

THE COMMENTS AS IT IS FROM THE VIEWER'S POINTABOUT NUDE ART LIVING BODIES :

1. ONE MOTHER ONLY CAN DO ALL KIND OF TOUGH JOB ONLY FOR HER FAMILY & I RESPECT TO ALL THIS MOTHERS.

2. I DON'T UNDERSTAND WHY NAKED PAINTING?

3. IT'S JUST LIKE THE KHUJRAOUH TEMPLE.

4. IT ALL DEPENDS ON YOUR VIEW.. THE QUESTION IS HOW U SEE THE THINGS.

5. IN SPITE OF BEING UNEDUCATED THESE BEAUTIFUL WOMEN ARE INTELLIGENT AND THEY UNDERSTAND THE VALUE OF ART AND EDUCATION.

6. GOD BLESS THEM AND MY DEEPEST RESPECT TO THESE DIGNIFIED LADIES.

7. RESPECT YOU MA'AM.

8. EVERY MOTHERS ARE SPECIAL BECAUSE MOTHERHOOD NEVER GIVE UP.

9. WHEN SOMEONE LOVES YOU, THE WAY TALK ABOUT YOU IS DIFFERENT. YOU FEEL SAFE AND COMFORTABLE.

10. SALUTE TO ALL OF YOU RESPECTED LADIES. BECAUSE OF YOU MANY STUDENTS LEARNING A LOT AND ABLE TO FULFIL THEIR ART DESIRES. THE WORK YOU ARE

DOING IS NOT AN EASY JOB IT REQUIRE LOTS OF COURGE.

11. I HAVE RESPECT FOR THIS WOMEN, IT'S THE KNOWLEDGE FOR EDUCATION.

12. MOTHER DO EVERYTHING TO FEED THEIR CHILDREN, RESPECT.

13. FEMALE BODIES ARE BEAUTIFUL. THEY ARE HELPING TO FEED THEIR FAMILIES.

14. SHE IS A STRONG WOMEN. WHAT ABOUT ANIMALS AND BIRDS. NO SHAME OF SEEING THEM NUDE. ACTUALLY PEOPLE NEVER UNDERSTAND SINGLE WOMEN'S PROBLEM.

15. WOMEN WHO MAKE A LIVING WITH MORE DIGNITY THAN YOU'D THINK. IT'S NOT PORN. IT'S JUST THEIR JOB.

NAKEDNESS IS NOT ALWAYS SEXUAL
- THANKYOU -